भाव विश्व

स्मिता

BookLeaf Publishing

India | USA | UK

भगवंताची पुष्पलता बहरे

बंधू गुरु मायेचे उभे

फुले आशीर्वादाची वेचीत चालले

उरी वसति कळ्या साजिऱ्या

आनंदाचे डोही मन डोले

जगायचे का असे बंधनात बंधूनी

जगायचे का असे बंधनात बंधूनी
पाखरानो न्या मला तुमच्या संवे निळ्या
नभी

आपल्या साठीच जगणे संस्कारांना
सोसवेना
दुसऱ्या साठीच जगणे पिंजरा माझ्या मना

काय समजून प्रवाहात वाहिलो
आदळता खडकावर, कळले भांग होतो
प्यायलो

रान आहे मोकळे, दाही दिशा अशा तशया
सरावलेली पाऊले धरतात पाऊलवाट घरा

लाभले मनास पंख क्षणात भरारी नभी
मृगजळ पण देई ना थेंब पाणी कधी

चंद्र

मैफिल माझी सुनी अशी तू शेकडो मैल दूर
मी जसा आहे तसा आहेस का सुखरूप

तृणही तरसते आशेचा हवा एक किरण
अंधकार नाहीतर पसरतो करत विकट हास्य

प्रकाश देईल कोण बनेल कोण हिरण्यगर्भ
ज्योतिर्मय दैदीप्यमान स्वतः ज्वालावंत यशवंत

माहित आहे गुपित माझे माझ्या एकांताचे
फिरतोस नभी एकटा ना उगम ना अंत

आहे दोस्ती ना शब्द ना प्रीती
देत प्रेरणा एकमेका तीच आपली प्रकाशमय
ज्योती

लपलेल्या वेलिंना सळसळत्या पातीना विचारले
विचारले
लालीला आकाशातल्या त्या पंखाना विचारले
माहित नव्हते कोणा सापडेल
ओठातले स्वप्नातले गीत

शोधित फुका दारोदारी झिजलेल्या चौकटी
मोडक्या कमानी
दिसले फक्त उकिर्डे सुंदर त्या महाली
मैफिलीत झाले हसे पुसट तस्वीरी
माखलेल्या धुळीस झाकत होते वेडे मुळी

कळत नव्हते मला मी खुळा की दुनिया खुळी
दिसत होते मज ,लपवत होते केविलवाणे सर्वही
मेलेल्या संवेदनांचे गोडवे गात होते काही
उन्माळून पडलेल्या भावानांना फुंकर घाली ना
मी

पळून जाणे ना साजिरे गोंगाट पण सोसवेना
सर्व होते जीथल्या तिथे आस एकांताची जाईना
उमगले खूप काही. बदलले खूप काही
शोधात त्या गीताच्या हरवले मी मलाही

दिशा

आठवणींचे गलबत किनाऱ्याला थडकले
शांत समुद्रात मोठे वादळ उठले

उरीतल्या शिदोरीची धांदल उडाली
धरावं कि सोडावं कळेना मुळी

खोलवर रुजलेल्या खपल्यांच्या जखमा
केवड्याच्या सुगंधात न्हायलेल्या पाकळ्या

प्रत्येकाचा अढळ स्थान असतं
काहीतरी शिकवून दिलेलं असतं

बनवायचं त्यांना शिलेदार का गनिम
आपणच ठरवतो दिशा नविन

भास

भास आहे का आहे मी अजुनी
छंद जगण्याचा आहे का नाही अजुनी

माळलेल्या सुकलेल्या गजान्याचा गंध
जिव्हारीची बेचैनी आहे का नाही अजुनी

आरसा बदलला वेगळे सर्व संदर्भ
काळाचा ओघ हा आहे का नाही अजुनी

नभात मोत्याची एक माळ
जोर उर्मी उडण्याचा आहे का नाही अजुनी

सहस्र दीप उजळल्या सान्या वाटा
मन समजून गेले आहे का नाही अजुनी

चित्र

नादब्रह्म तो पडे कानी
उसळती जेव्हा जळलहरी
अथांगपणाचे विराट दर्शन
एकाच   दृष्टीक्षेपाखाली

वारा वाहतो सो सो करत
चुंबित नारळी पोफळी
वेळूच्या बनी विसावितो
शीळ मधुर कानी

गर्जत हेंदकाळात उन्मादात
आदळतो किल्ल्या तटावरी
असेल हिम्मत या हो
भेदून व्युह हे मर्दापरी

हेलकाविते गलबत दूरवर
शोधित काय त्या गळावरी
लुटून आणायचे सोने
सांजवेळी आपुल्या घरी

बसून किनाऱ्यावर मी बघतो
विश्वकर्म्याची कलाकृती
रंगसंगती सूर अचूक असते
नसते उणे काही कधी

आठवण

आज पहाटेच सख्या तुझीच आठवण येऊन गेली
रे
प्राजक्ताच्या बहाराचा मनी सडा पाडून गेली रे

धुंदल्या होत्या चारी दिशा
ना असे रजनी ना असे उषा
ताऱ्याचा टीम टीमणारा फलक
देई प्रीतीला उजाळा

बोचरा तो पहाट वारा
स्मृतीचा मनी शहारा
भावना लहरीना ऊत तेव्हा
पौर्णिमेचाच आला

वेली वरचे दवबिंदू ओघळती
कमल नयनातील जणू धारा
सुगंधित आसमंत वाटे
न यावी कधीच जाग आता

ते सूर

तराणे परत छेडशील कधी
एकांताच्या कुशीतल्या मैफिलिचे

नव्हती झुंबरे ना उंची गालिचे
बसण्यास नव्हती तिथे आसने

गाय वासरू सामोरी उभे
ऐकण्यास उत्सुख खारू मेंढरे

भासे श्रीरंग तन्मय उभे
मधुर मोहक बीन हळू निनादे

शिखरावरी उतुंग तुझे तराणे
बीन पण तशी नाहींच खुलणे

आठविते स्पर्श तुझा
प्रीत माझी दिवाणी
कैफ चढलेल्या खंजीराते
नाते जडले तुझे

आठविला नाही तुज
कोमल एकांत तो
निखाऱ्यांवर वादळाच्या चालणे
पसंत केलेस तू

नाही दुःख मला
प्रीतीच्या ह्या एकांताचे
वाहवत जाणाऱ्या मृगजळाचे
प्रतिबिंब बनलास तू

वाट पाहणे हेच
नशीब असते चातकाचे
एकेरी दिशेचा प्रवास
चालत आहेस तू

प्रवास

मन माझे मलाच सांगून
फिराया निघून जाते
घेऊन येते एकाच क्षणात
आशा निराशा आणिक स्वप्न

आज कोणती परडी फुलांची
का आहे आग निखऱ्यांची
थकली आहेत का पाऊले
फिरून रिकाम्या दारो दारी

आसू पुसण्यास उचलला हात
दिसले हसू त्याचा ओठावर
संभ्रमाच्या ऊन सावलीत
सारे काही कळून गेले

प्रवास असा आहे किती
प्रेम अंकुरांची बिजे उमले
रोपांच्या ह्या अफाट
 शिवरा
नवरंगी फुले फुले

मन माझे मलाच सांगून
आता ना फिराया जाते
आनंदाच्या सागर लहरीत
सतत पोहत असते

अस्तित्व

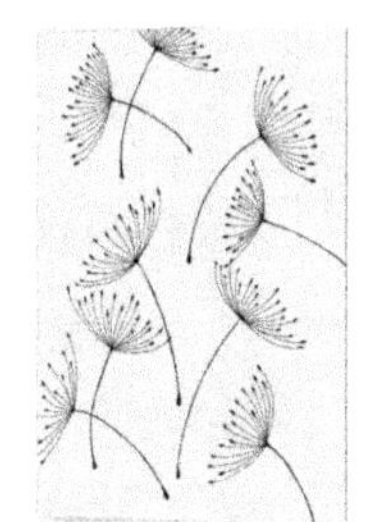

शांततेचं संगीत उमजावं लागतं
तालावर माना डोलवून उमगत नसतं

प्रेमाच्या झऱ्यात झोकून द्यायचं असतं
काठावर बसून कप कप पाणी प्यायचं नसतं

आनंदाच्या लहरी मनात खळाळत असतात
दृष्टीला मात्र त्या धोकाच देत असतात

पांघरून वेड पेडगावचे शहाणे
शिंपल्यात शोधतात हिरे देखणे

धोंड्यात दगडात मूर्तित म्हणे कवित्व
निसर्ग दैवत्व हे आपलंच अस्तित्व

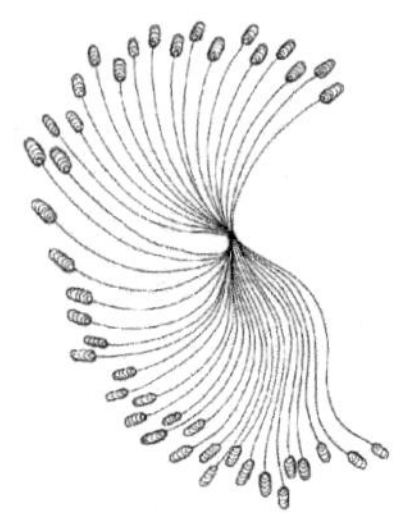

असते मनात वादळ जेव्हा
लागे ना गोड अन्न पाणी
सूर्य प्रकाश पसरे सर्वत्र
मनी रात्र अंधारी

ह्या दुनियेला ना फिकीर
माझ्या असण्या नसण्याची
मग का करू मी मोजणी
चांगल्या अथवा वाईटाची

दुनियेवर केले मी प्रेम जीवापाड
दुःखाला तरी कोणी फुंकर घाली ना ती
जाईन जेव्हा मागे सर्व सोडोन
जगणे माझे तेव्हा तरी समजेल

धुंदीत माझ्या मस्तीत माझ्या
धुळीस मिळेल सर्व काही

ओढ

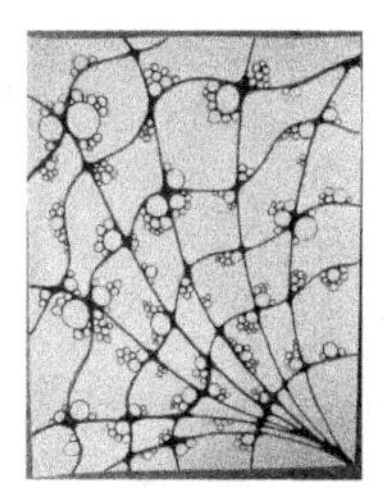

सांगू कसे मी पावसाला
मन माझे फुलून गेले
मनी दडलेले अंकुर
बहरून आज आले

चहुकडे मेघ कुंद कुंद
नभ उतरले मन चिंब चिंब
सप्तरंगी इंद्रधनू
दावी छंद आगळा

भर भर मांडीला मी
हिरवळी वर पट नवा
खेळ खेळण्याचा मोह
जिंकण्याची नशा जिवा

स्वप्न नवी नव्या कल्पना
पहिली धुक्यातली
सुस्नात उषा
नव्या दिशा नव्या वाटा
कोणता गाव हा ठाकला उभा

आयुष्य

आयुष्य हे माझेच आहे
घडवीन मी बिघडवीन मी
नियती खेळेल खेळ तिचा
बाकी आहे मुक्त मी

सावल्या मनातल्या खेळती
खेळ कोणाशी कोणाशी
भोवतालीचे जग हासते
पाहून घालमेल जीवाची

सापडला एक ओंडका
पाण्यात बुडता बुडता
पोचवून गेला पैलतीरा
नवी पालवी नविन आशा

दिसली धरली तीच वाट
नाही विचार विचार
तीच व्यथा निर्वीकार
त्याच सावल्या तोच खेळ

आयुष्य हे माझेच आहे
बिघडवीत घडवीन घडवीन
नियती खेळेल खेळ तिचा
बाकी तर मुक्त मीच

गाणे

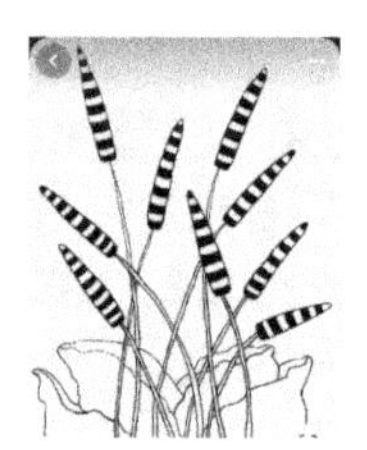

गाणे गाते रोज मन हे
जगण्याचा ह्या धुंदीचे
रोमांचित तनु होते
माझ्या नुसत्या असण्याने

उधळण रंगांची बेभान
पटावर मनाच्या असते
पाहिजे ते देईन आकार
नशा जवानीची असते

बेधुंद मनाच्या लहरी
देतात स्वप्नावत जगणे
काळ ठरवतो तरीपण
भविष्य अस्तित्वाचे

जाईन परी मी असेच गात
जीवनाचे गीत देखणे
भैरवीच्या रंगात रंगूनी
विलीन होतील ताराणे

चतुराई

एक दिवस सूर्याला कंटाळा आला
उगवणार नाही पृथ्वीवर म्हणाला
लागताच ह्याची ऋतुना कुणकुण
तेही पळाले सुट्टी घेऊन

वाजले होते दुपारचे बारा
अंधार गुडूप सर्वत्र पहा
कुणाला काही सुधरत नव्हतं
ग्रहणाचे नव्हतं पर्व

विज्ञानाने केली शिकस्त
पाठवली याने बहुत
संदेश काही मिळेना
कोडे काही उमगेना

मध्यस्थीला आठवले नारद
कळ लावून उलटे आले परत
मानपान बाळगल्या शिवाय येणार नाही
रुसले आहेत जगाचे स्वामी

शिष्टमंडळ बसले अनुष्ठानाला
भला मोठा अहवाल केला
सूर्यापर्यंत पोचवला
 निर्णय ,वाचून, घ्यावा तरी

लागे पर्यंत सोक्षमोक्ष
का ठेवायचं सगळं टांगतं
मूठभरा च्या चुकीची शिक्षा
का म्हणून भोगतील सर्व

चाणाक्यनितीला फसला सूर्य
अहवाल वाचण्यात गेले वर्ष
प्रश्न काय होता विसरले सर्व
अन सगळं आहे पहिल्या सारखं

ऐकून थकलो सार्‍यांची कहाणी
वेदना ही केवढी ठेंगणा हिमालयही

फेकून उकिर्‍यावर दुःख माझे
गायली फक्त गझल प्रेमभरे

बोचले काटे झाला बोभाटा
वाटे तयांना दावीला आईना

संवेदनाचा तमाशा नाचतात पायी चाळ
उडालेला पदर सावराया ना हाथ

एकटाच मी ना त्याची फिकीर
गिधाडाच्या कळपाचा नाही ठेकेदार

स्वच्छंदी मनाची गातो सरगम
सुखाची बरसात खुणावते माझे गीत

गोष्ट आहे सध्या भोळ्या मनाची

गोष्ट आहे सध्या भोळ्या मनाची
दारोदारी शोधी मायेची साउली

क्षणभर घ्यावा विसावा येथे
सुसह्य होईल भकास खडतर वळण

वळणं वळणं एवढंच नशीब
डेरेदार पिंपळ ना छायेस कधी

अखेर मिळाला आडोसा गृहेचा
दिसे पण तेथून सूर्यास्त केविलवाणा

आसूसले बघाया फुटते तांबडे
कंठ शोषलेला तृण लांब ते

सावरून त्याने निवारा बांधला
गर्वाने नविन संसार मांडला

क्षणभंगूर जगाचा हिस्सा बनला
निवडुंगच्या सावलीत विसावा घेतला

जादू

बहरत असे रातराणी निशी पसरे सुगंध
मनीचे बोल उमाटती का गुंफिता हाथ हातात

शब्दा विना ही भाषा कळली का ग तुझला
मन बावळे अधीर बोचरा तोच वारा

साठवू कसे हे रूप खोल मनात
छेडील सूर तार्‍यांनी रिमझिम या पावसात

जागेपणीच नयनी स्वप्न
कळे ना दिन रात

धुंदी गुलाबी, ना आधी कधी बहरली
जादू कशाची मना सांग कहाणी

चौकट

चौकट जगण्याची निराळी असे
अपुलीच पाऊलवाट अपुलीच दिशा असे

जुनं तेच सोनं काहींचा अट्टाहास असे
चक्र ते पुराणे बंदिश काहींना वाटे

चमकून थकलेले तारे पुसती चांदास त्या
अव्याहत हे चक्र विसावा नाही का कोणा

कर्म ज्या दुनियेची रीत
चालत रहाणे, आपल्याच हिशोबाचे गीत

थांबणे म्हणजे संपणे परी येते परत फिरूनी
उगम असे ज्याचा अंत त्याचाच असे फिरूनी

खूळ

एकदा एका वैज्ञानिकाला भिडलं प्रेमाचं खूळ
पत्र लिहून सुंदरीला सोडविन मूळ

हैपोथीसिस लिहिलं बसलं आहे प्रेम
चाचणी करायची एवढीच फ्रेम

पत्र फोन फुलं हॉटेल गेली वर्षे पूर्ण चार
वाट बघून बिचारीने घातली दुसऱ्याला माळ

निष्कर्ष त्यानी काढला नसतो सगळ्याला
सायंटिफिक बेस
केविलवाण्या प्रयोगावर आहे नोबेल विजयी ग्रेट

यात्रा

केली यात्रा संस्मरणीय
वाटले ठेवावे लिहून क्षण
वाचतील जे थोडे थोडके
शिकतील काही पण

कधी ऐकली स्तुती
कधी कोणाचे तोंडसूख
संवेदनाहीन निराशा
काही आशेचे किरण

नवल वाटले मज पाहुनी
एकाच हत्तीसाठी, किती द्रिष्टिकोन
खरंच चुकले माझे काही
का आहे नुसते चर्विचरण

अनुभवाचा शिक्षक हाच सर्वश्रेष्ठ
यात्रेचा परिच्छेद निराळा निराळा तो अंत
असेच क्षण जगण्यात जावो जीवन
आनंद साठा निर्मळ तिमिरहीन

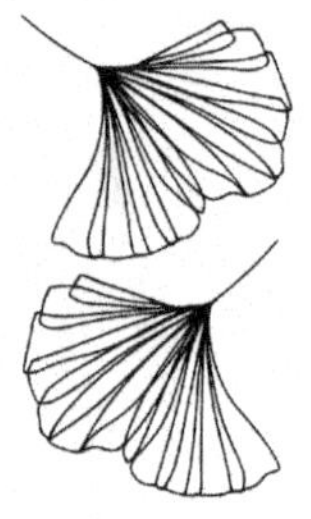

डगमगता पाऊले वाटचाल करता परी
ठेच लागते किती सांभाळले तरी

माहित असते मना दाटता मेघ
मन बावरते वादळ येता क्षणी

आठवणींचा आरसा येतो फिरूनी
सोनेरी किरणे दुःखाच्या सागरी

चेहरा असे माझा असाच हसरा
प्रतिबिंब पाहिले मन ढवळून जरी

माहित असते फुला प्रवास एक दिवसाचा
उषःकाली कळी हसते फुलते पाहून नभी

घेऊन ढाल तलवार लढवय्ये ,आम्ही
लढतो ज्ञात ना कशासाठी

शत्रू मित्र एकाच माळेचे मणी
परिस्थितीने परिभाषा बदलती

घामाघूम स्वार्थ येता समोरून
कुचकामी बळहीन बावरलेले मन

अस्तित्व जपण्याची केविलवाणी धडपड
गुलामगिरी परी पैशाची

सामान्याहून सामान्य आम्ही
मान वाकलेली सवयीने

लढवय्ये आम्ही तोंड पाटिलकीचे
वस्तावाची पाठवणी, अन जगाची म्हणे मालकी

मृगजळ

मन ज्याच्या मागे धावते
एक मृगजळ असते

मनाला वयाचे नसते बंधन
सैर वैर सतत भटकते
कुंपणा पलीकडले शेत हिरवे
गवसते आहे का पुसते

विलोप होता स्वप्नांचा
क्षणभरच उगा सावरते
पुन्हा नवीन तेच चक्र
गुडघ्यास बाशिंग बांधले

संपणारा प्रवास हा ना
तिरडीच्याही पलीकडे
ओळखशील का कधीतरी
अंतर एखाद्या क्षणी कायमचे

ते दिवस

मी पण कधीतरी गझल गात होतो
कॅमेरा लटकवून फोटो काढत होतो
रात्र थोडी सोंग फार करत होतो
टपरीवर तासंतास चहा पीत होतो

काळाच्या ओघात बदललं सारं
टिळकांच स्फूरण पडलं मागं
मॅनेजमेंट चे धडे गिरवले फार
बॅग घेऊन बॉस झालो यार

बाहेर असतो प्रोफेशनल
घरात मात्र ट्रॅडिशनल
सकाळी सहा ते रात्री दहा
वेळ खचाखच भरली पहा

आठवड्या मागून आठवडे
महिन्या मागून असेच महिने
एक दिवस उगवते नविन वर्ष
वाटते असेल नविन पर्व

मागच्या सारखे जाईल हे पण
किरकोळ सोडले तर असेच सर्व
आरशात आजकाल मी बघतच नाही
मला मी कारण सापडतच नाही

सत्य

सत्य असतं शाप की वरदान
घोंगावत वादळ की अंतर्मुख श्वास

उघड्या डोळ्यांना दिसतं छान
मिटलेल्या ओथम्बलेल्या पापण्यांना जाणवतं

बुडवेल ते मनाचे जहाज
बुडत्या मनाला काडीचा आधार

सत्याची अभिलाषा सर्वांना असते
पेलण्याची ताकद पंखात असते?

सूर्याप्रकाशात घेऊन निर्भीड फिरायचे
खोल मनात दडवून निर्विकार जगायचे

अंतिम सत्य एकच रित्या हाती जायचे
सारे अट्टहास कशासाठी वागवायचे

नाही निद्रा नाही जाग
कूस ती सारखी वळली
चांदण्या होत्या गगनी
पण रात्र वैरीणी

पाकळ्या नयनाच्या किलकिल्या
काहूर माजले चित्ती
आक्रोशोनी पुकारले तुज
परतून आले प्रतिध्वनी

कोठेतरी खोल घाव नियतीचा
ना रक्त ना अश्रू नयनी
बधीर होते झाड ते
बहरलेले चाफ्याचे आंगणी

ओसरेल हा पूर कालचक्राने
आठवतील क्षण मन बावरेल
पिळवटून सागरा ठाकेल उभे
न चुकलेले जीणे, कर्म

पाखरू

पाखरू मनाचे जाई दूर देशी गावासी
आहे फक्त जिथे हिरवळ फुलांचे ताटवे

आभाळी पसरे रास सोन्याची हळू पाऊले
झूळझूळणाऱ्या झऱ्यात हळूच डोकावे

अमृत कलश भरून गाई हंबरती
भल्या पहाटे विहंगाचे गोडवे ऐकती

काळ आपुल्याच नादे, ना जलद ना संथगती
क्षणात शांती सुख स्वप्नावत सारे

कधी मन बाल कधी मायेची साउली
विसावे डेरेदार आमराईच्या खाली

प्रेमाची साद इथल्या कणा कणात
भाकरी पक्वान्न गोड समाधान मनात

बघायचे अद्भुत अजून बहू या गावी
मिळेल फुरसत येईन परत असेन उदास मनी

रोज रोज का असे स्वप्न नविन दिसतसे
पापण्यात नभ सारे सामावून जातसे

रोज रोज का असे गीत नविन ओठी उमटे
निनाद सरिंचा अवघ्या विश्वात वाटे

रोज रोज का असे भास तुझे वेडे पिसे
शोधित नजर तुला दाही दिशा असे

रोज रोज का असे वेदना मज पुसे
थकलेले मन फिरूनी हात टेके

रोज रोज का असे अश्रू संभ्रम चांदणे
उलगडले रहस्य तर काय उणे

नेमकाच वसंत टाळून

नेमकाच वसंत टाळून का येतोस
आषाढीची बरसात उद्या का सांगतोस

हरखून जातो जीव सोबत जोवरी
दारात रांगोळी तोरण वर कमानी

होते सर्व माझे घेतलेस तू
यायचे नव्हते परत निरोप का घेतलास तू

शीतल शरदाचे चांदणे पसरे अंगणी
जळतो थिजतो जीव कोमेजलेला ,टवटवीत
रजनी

वाळलेल्या वेलीला फुल कधी यावे
दुःखात माझ्या वेडे गीत कधी उमलावे

शृंगार

शृंगार केला साजणा तुझ्याच साठी
हरवलास कोठे रात्र अर्धी सरली

चांदण्यातली कमळे आतुर स्पर्शा
तरंग जललहरीचे हेलकावे मना

सावरशील कधी अवखळ केशमाला
अधीर नयनातील मूक भाषा

चांदही थांबला लटीके लपण्यास
एकांत पसरवून रात्र रंगण्यास

दीपमाळ बेचैन लागताच मंदवारा
गुंतलास कोठे विझण्या आधी ये ना

हा भास चांदण्यांचा वेलीवर सुखाच्या
प्रतिबिंब साजिरे मंद मंद वारॉ
प्रीती अशी ही असते अशीच का
अलगद मोरपीस अंगावरी अलवार

रात्रीचे दोन प्रहर हलकेच जाग येते
सुख स्वप्नांची मग बरसात होते
अमृतात न्हाईलेली सुगंधी पहाट
बहर जुईचा दाही दिशास गंध

नभी उसळला बहुरंगी पट
हलकेच दोन थेंब ऊन सावलीचा खेळ
आईना दावितो माझेच रूप नवे
बालपण मागे अन लुटू पुटूचा खेळ

ओढ अशीच उद्याची
काय बेरीज वजाबाकी
कोठे असू काय माहित
ओठातल्या शब्दा हवा अर्थ आगळा

शब्द

होताच स्पर्श तुझ्या शब्दांचा
मन व्याकुळ का हे झाले
बहरलेल्या चांदण्याचे स्वप्न विरून गेले

मनी होती स्वप्ने गोड गुलाबी भावनांची
वास्तवाच्या विस्तवावर कुठेतरी विजून गेले

धुंडाळू कोठे आता
झोळी गत आठवणींची
उरले ना आता क्षण कोठेतरी हरवून गेले

युगायुगांचे नाते अपुले
मन वेडे समजून होते
तारकात स्वर्ग परी सापडून गेले

उंच शिखरावर असे एकटा
नयन रम्य सारा पसारा
मागे वळताच काटे कोठेतरी टोचून गेले

आड वळणावर अशाच एका
मंदिर सुंदर पुराणे
मूर्ती बघताच मागचे सर्व सऋण गेले

होताच स्पर्श तुझ्या शब्दांचा

मन आता चतुर झाले
उजळ किराणा मध्ये नवशिल्प घडून गेले

वाटचाल

वाटचाल करी पुढे मनुजा
प्रगतीच्या त्या शिखरांते
पाऊल टाक परी जपून
विवार नाशाचे पण साथ असे

तोडली किती ती वृक्षे
पालवी नवी फुटतसे
थकलेल्या तना मनाला
विश्रांती ही देतसे

मेघ वर्षती नविन जीवन
धरतीच्या उदराते
उगवते रास सोन्याची
घास ओठीचा बनतसे

पशुपक्षी ही नांदतात
बागडतात नित्य आनंदे
भक्षिती एकमेका जरी
जगणे हेचि गाणे त्यांचे

 नियम आपापले पाळीती
चंद्र सूर्य तारे
अट्टाहास का तुझाच रे
मनमानी ही करण्याचे

चमचमणाऱ्या वसुंधरेचे
माळरान बेसावध क्षणी
शिखर गाठशील कोणते
ढीग राखेचे जिथे तिथे

अंतरंग

अंतरंग असे अंतरंग तसे
बालपणी पळवलेली कैरी तसे

अंतरंग असे अंतरंग तसे
भिजून पावसातली माती जसे

अंतरंग असे अंतरंग तसे
इंद्रधनू आकाशात जसे

अंतरंग असे अंतरंग तसे
हिरवीगर्द झाडी वाळवंट भासे

अंतरंग असे अंतरंग तसे
खोल समुद्रात ज्वालामुखी फुटे

अंतरंग असे अंतरंग तसे
शीतल चांदणे माध्यांनी वाटे

अंतरंग असे अंतरंग तसे
खळखळणारे वाहते पाणी तसे

अंतरंग असे अंतरंग तसे
ना उमगणारे कोडे जसे

अंतरंग असे अंतरंग तसे
सुखदुःख एकमेकांशी भांडे जसे

अंतरंग असे अंतरंग तसे
थांगपत्ता त्यांचा मलाही ना लागे